తొలి పలుకు

జమీందారీ విధానము పక్కనపెట్టుబడివిధానం ప్రారంభం కాక ముందు ఏ దేశమందైనా జాతీయత బహుముఖముల విజృంభిస్తుంది. ఆయుగంలో దేశము, జాతి, ఆచార వ్యవహారాలు మేరుపర్వత శిఖరాలెక్కి కూర్చుంటాయి. రాజుల చరిత్ర-జైత్రయాత్రలు, విజయాలు - కళ్లు మిరుమిట్లు గొలిపేటట్లు వర్ణింపబడుతుంది.

ఆంగ్లసాహిత్య చరిత్రను విప్పితే యీ విషయం సుబోధక మౌతుంది. ఎలిజబెత్ కాలంలో షేక్స్పియర్, మార్లో మొదలైన మహాకవుల రచనల్లో ఆంగ్లేయ జాతీయత, దేశాభిమానం, సంప్రదాయాసక్తి, రాజభక్తి, పరజాతి ద్వేషము తొణికిసలాడుతూ వుంటాయి.

భారతీయ సాహిత్యాల్లోకూడ యిదే కనిపిస్తుంది. కాని పరిస్థితులు ఇంగ్లండులోలాగా మనదేశంలో ముక్కుసూటిగా నడవలేదు. ఎన్నో ఆటుపోటులు, ఎన్నో అంతర్వాహిప్రవాహాలు. పైగా భరతవర్షం ఇంగ్లండ్‌లాంటి చిన్నదీవి కాదు. ఒక్క ఆంధ్రభూమి తీసుకున్నా చిన్నదేశంకాదు. ఈ దేశం కూడ ముమ్మారుమాత్రమే ఏకచ్ఛత్రాధిపత్యంక్రిందికి వచ్చింది. ఒకసారి ఆంధ్రులు, మరొకసారి కాకతీయులు, వేరొకసారి విజయనగరాధిపతులు తెలుగుదేశాన్నంతా ఒక్క ఏలుబడిక్రిందకు తెచ్చారు.

ఆంధ్రరాజుల కాలంలో జమీందారీ విధానం ప్రాథమిక దశలో ఉంది. అందువల్ల అప్పుడు జాతీయత రేకెత్తటానికి వీలులేకపోయింది. ఇక కాకతీయుల కాలంలో ఆంధ్రదేశాన్ని ఏకోన్ముఖం చేయటానికి చాలకాలం గడిచింది. తరువాతకాలంలోనైనా, ఒకప్రక్క జైనము, వీరశైవము, బ్రాహ్మణమతము అంతఃకలహాలకు లోనై, మరొకప్రక్క సంస్కారాన్నంతా ఇరాన్‌లో వదలివచ్చిన మహమ్మదీయంతో పోరాడుతూ వచ్చాయి. గణపతి కాలంలో కవిబ్రహ్మ తిక్కన బ్రాహ్మణమతానికీ వీరశైవానికీ శంకరుని అద్వైత సిద్ధాంతంతో సమన్వయం కల్పించాడు. దీనితో వీరశైవము తన విప్లవవీధిని కోలుపోయి వైదికశైవంగా పరిణమించింది మళ్ళీ బ్రాహ్మణమతంలో లాగానే వివిధవర్ణాలు బయలుదేరి బ్రాహ్మణమతంలో నిలీనమైపోయింది. దీనితో ప్రజాబాహుళ్యం శైవాన్నుంచి జారిపోయింది. ప్రతాపరుద్రుని కాలంనాటికి వైదికశైవమే రాజుకు ఊతగఱ్ఱగావుంది. అంటే, ప్రజాబాహుళ్యమూ, జైనులూ రాజుకు అనుకూలురుగా లేరు. అందువల్ల మహమ్మదీయులు జయించారు.

అయితే, మహమ్మదీయులు హిందువులకంటె ఏవిధంగాను అధిక సంస్కారవంతులు కారని చెప్పుకున్నాము. మహమ్మదీయుల ఏల్బడితో జనసామాన్యానికి తలపొత్తింది. ప్రజల ఆర్థికస్థితి ఏ మాత్రం బాగుపడక పోవటమే దీనికి కారణం. వారికి బ్రాహ్మణమతమే కొంత మెరుగనిపించింది. మళ్ళీ భగీరథప్రయత్నంతో ప్రజలు నడుములు బిగించి మహమ్మదీయ సముద్రానికి చెలియలికట్ట వేశారు. విజయనగరం ఆకాశమంటుతూ లేచింది. ఈనగర స్థాపనకు విద్యారణ్యులు కేవలం నిమిత్తమాత్రులే.

మొదట్లో అప్పుడప్పుడు మహమ్మదీయులు కట్టతెంచుకొంటూ వచ్చినప్పటికీ, కృష్ణరాయలకాలం నాటికి ఒకవిధమైన నిలకడ ఏర్పడింది. జమీందారీవిధానం పక్వదశకు వచ్చింది. ఆంధ్రులస్థితి మూడుపూవులాఱు కాయలుగా వుంది. కాపిటలిజానికి కావలసినంత మూలధనం ప్రోగవుతూవుంది. రాజకీయరంగంలోను, సాహిత్యరంగంలోను, ఆంధ్రులు సంపూర్ణ స్వాతంత్ర్యం చాటుతూవచ్చారు.

అప్పటివరకూ తెలుగు సాహిత్యంలో ఉన్నవి—శైవసాహిత్యాన్ని మినహాయిస్తే (ఈపని బ్రాహ్మణమతమే చేసి ఊరుకున్నది)—ఆంధ్రీకరణాలే; కృష్ణదేవరాయలకాలంలో స్వతంత్ర ప్రబంధాలు బయలుదేరాయి.

ఇలాంటి పరిస్థితుల్లోనే జాతీయభావం బయలుదేరి ఆంధ్రులహృదయాలను కరగించింది. దీనికి ఆంధ్రకవితా పితామహుడు పితామహుడయ్యాడు. ఉన్న జీవితపరిస్థితులవల్ల పెద్దన భోగిష్ఠి. తాపీగా జీవితాన్ని గడుపుతూ వుండేవాడు. ఇదే అతని కవిత్వంలో ప్రత్యక్షమౌతుంది. ఎంతసేపటికీ పద్యాన్ని నగిషీలు చెక్కుతాడు. ఇలాంటి కవికికూడ కృష్ణరాయల పేరనేటప్పటికి హృదయముప్పొంగి జాతీయావేశం ప్రవహించింది.

క్రూరవనేభదంత హత కుడ్యపరిచ్యుత వజ్రపంక్తిఁ బో
ల్పారు మిడుంగురుం బురువులంచు వెసం గొనిపోయి పాంథ శృం
గార వనద్రుమాళి గిజిగాఁడులు గూఁడులఁజేర్చు దీపికల్
గా రహిఁ గృష్ణరాయ మహికాంతుని శాత్రవ పట్టణంబులన్.

తొలుదొల్త నుదయాద్రి శిలఁదాకి తీండ్రించు
నసిలోహమున వెచ్చనయి జనించె

అభిరతి కృష్ణరాయఁడు జయాంకములన్ లిఖియించి తాళస
న్నిభముగఁ బొట్టునూరికడ నిల్పిన కంబము సింహభూధర
ప్రభు తిరునాళ్లకుం దిగు సురప్రకరంబు కళింగమేదినీ
విభు నపకీర్తి కజ్జలము వేమఱు బెట్టి పఠించు నిచ్చలున్.

అనలేకవి చిత్తారి. అందులో ఈపద్యాలు గుండెదూసుకొని జాతీయతను ప్రజ్వలింపజేస్తూవచ్చాయి. అందువల్ల ఇవి తిక్కన, ఎఱ్ఱాప్రెగడ, శ్రీనాథుడు, రామకృష్ణుడు, సూరన వ్రాసిన కృతిపతి వర్ణనలకంటెబాగున్నాయి. మొత్తముమీద ఆంధ్రులలో జాతీయభావానికి బీజాలివేవని చెప్పాలి.

పరిస్థితులు యీ పంథాలో నడవలేదు. మహమ్మదీయులు మళ్లీ విజృంభించి విజయనగర సామ్రాజ్యాన్ని అంతరింపజేశారు. మహమ్మదీయుల నాగరకత చాల వెనుకబడి ఉండటంవల్ల మళ్లీ దేశం వెనుకటిస్థితికి మరలింది.

ఇలా కొంతకాలం జరిగింది. ఇంతలో ఫ్రాంసుపట్టుకొని ఆంగ్లేయులు మనదేశంలోకి అడుగుపెట్టారు. కాలక్రమాన వీరు ఇంగ్లండులో తయారయ్యే యంత్రోత్పన్న వస్తువులను పోకడపెట్టుకొనటానికి హిందూదేశాన్ని జయించారు. అప్పటికే ఇంగ్లండులో కాపిటలిజం అభివృద్ధి అయింది. కాపిటలిజం జమీందారీవిధానానికి శత్రువు. కాపిటలిజం సరకులు ఎగుమతిచేసే దేశాలన్నిటిలోను జమీందారీవిధానాన్ని నిర్వీర్యం చేసివేస్తుంది. జమీందారీ విధానం సమూలంగా నాశనం కావటం భారతీయులకు ముఖ్యం, లాభకరం. అందువల్ల ఇంగ్లీషు కాపిటలిజాన్ని మనదేశం ఆహ్వానించింది; అంతేగాని, క్లైవు షోర్జరీలవల్లకాని, మరొకదానివల్లగాని మనదేశం పరాధీనం కాలేదు.

అయితే, కాపిటలిజంలో కొన్ని అంతర్విరుద్ధ్యాలున్నాయి. తనకు అడ్డుతగిలే జమీందారీవిధానాన్ని కాపిటలిజం రాజకీయంగా నాశనంచేసింది; కాని వలసరాజ్యంలోకూడా యంత్రపరిశ్రమలు బయలుదేరితే తనకు పోటీవస్తుందన్న భయంతో జమీందారీ ఆర్థికవిధానాన్నిమాత్రం పూర్వంలాగానే యెలావుందో అలాగే ఉంచింది. అందువల్ల ప్రజలస్థితి పూర్వకాలంలో కంటె మెరుగుగా ఉన్నా కాపిటలిస్టుదోపిడివల్ల క్లిష్టంగావుంది. ఇతర స్వతంత్ర దేశాలలోని ప్రజలస్థితితో పోల్చుకుంటే మన ప్రజలస్థితి మరీఘోరంగా ఉంది.

మన ప్రజలస్థితి బాగుపడాలంటే యంత్రపరిశ్రమల్ని మనదేశంలో ప్రవేశపెట్టాలి. ఇది జరగాలంటే రాజకీయ స్వాతంత్ర్యముండాలి. జనసామాన్యంలోని జంకును దులిపి ధైర్యసాహసాలను రేకెత్తించాలి.

దీనికోసమే 1918-20 ఆ ప్రాంతంలో జాతీయవాదులు ప్రచారం సాగించారు. దేశమంతటా శివాజీ ఉత్సవాలవంటివి బయలుదేరాయి. ఈ ఉత్సవాలతో ఆసేతుహిమాచలం ప్రతిధ్వనించింది.

అప్పటి ఉద్యమప్రవాహ తరంగాలే రాయప్రోలువారి "రణరక్త బంధురారుణమైన ఖడ్గతిక్కన కత్తికడిగిన కదనభూమి" మొదలైన పద్యాలు, విశ్వనాథ సత్యనారాయణగారి ఆంధ్రప్రశస్తి, కొడాలివారి హంపీక్షేత్రము.

ఉద్యమం సంపూర్ణంగా విఫలమై పోయింది. వాస్తవిక పరిస్థితులను గుర్తించకపోవుటయే దీనికి కారణం. మనదేశ దారిద్ర్యానికి కారణం ప్రభుత్వం అవలంబిస్తున్న ఆర్థికవిధానమేనని గ్రహించక, పరాయి ప్రభుత్వమేనని భావించారు. మళ్ళీ జమీందారీ విధానం, అందులో హిందూ జమీందారీ విధానం (రామరాజ్యం) నెలకొల్పితే సరిపోతుందనుకున్నారు. ఇల్లాంటి ఉద్యమంవల్ల ప్రజలకు ఆర్థికంగా లాభం కలుగలేదు. పైగా మహమ్మదీయులు ప్రాతికూల్యం వహించారు.

ఈ లోటులన్నీ అప్పటి జాతీయ ఉద్యమంతో బయలుదేరిన ఆంధ్ర సాహిత్యంలో సుస్పష్టంగా కనిపిస్తాయి. ముఖ్యంగా ఆంధ్ర ప్రశస్తి, హంపీ క్షేత్రము - ప్రబోధం న దేమిటి, కేవలం హిందూ జమీందారీవిధానం కాక? హంపీక్షేత్రంలో మహమ్మదీయులను మ్లేచ్ఛులని యెన్నిచోట్ల తిట్టలేదు? బ్రాహ్మణమత ఔన్నత్యంకోసం చరిత్రను యెన్నిచోట్ల తలక్రిందు చేయలేదు?

ఇంతకుముందు చెప్పుకొన్న కారణాలవల్ల జాతీయఉద్యమం 1920 లోను 1930 లోను విఫలమైపోయింది. దేశంలో అసంతృప్తి బయలుదేరింది. విజ్ఞులు క్రొత్తమార్గాలకోసం అన్వేషింప మొదలెట్టారు. 1935 నుంచి సోషలిష్టు సిద్ధాంతాలు దేశంలో అక్కడక్కడ తలసూప మొదలెట్టాయి.

సోషలిజాన్ని సరిగా అర్థం చేసికోలేకపోవటంవల్లను, జాతీయపత్రికలు విముఖత్వం వహించటంవల్లను, పై సిద్ధాంతం ప్రజల్లో గాఢంగా వ్యాపించలేదు. అందులో మన తెలుగు కవుల మాంద్యం సుప్రసిద్ధమే. అందువల్ల చాలమంది కవులు పూర్వ ఉద్యమ నిర్దిష్టమార్గాననే కావ్యాలు సాగించుతూ వచ్చారు. దీనితో వీరి కావ్యాలలో నూతనత్వం మృగ్యమయింది. అందుచేత వీరి కావ్యాలలో జీవము, శబ్దసంస్కృతి ఉన్నా ఇంతకుముందు పేర్కొన్న వారి గ్రంథాలవలె ఆదరణ పొందలేదు.

ఇలాంటి పరిస్థితుల్లో శ్రీనివాస సోదరులు 'ఓరుగల్లుకోట'ను వ్రాశారు. వీరుకూడ జాతీయ ఉద్యమ పంథాను అనుసరించారు. అయితే వీరిరచన జాతీయ ఉద్యమ పథంలోని ఇతఃపూర్వ సూచిత దోషములపాంత పోలేదు.

కాకతీయ సామ్రాజ్యంనాటి ఆర్థిక రాజకీయ సామాజిక పరిస్థితులను మళ్ళీ నెలకొల్పాలన్న ఉద్దేశంతో కవులు కావ్యాన్ని వ్రాయలేదు. నాటి మతాన్నైనా పునరుద్ధరించాలన్న తలపు వీరికి లేదు. అప్పటి వైభవాన్ని, అప్పటి శిల్పనైపుణ్యాన్ని, అప్పటి 'కవితాశక్తి'ని, నాటి ఉత్సాహాన్ని పురస్కరించుకొని, మళ్ళీ ఆంధ్రులను నూతన ఉత్తేజితులను చేయటమే కవుల ఆదర్శం. అందువల్లనే "ఈ విషాదదుర్భరగీతి నీ త్రిలింగమున నొక సమార్ద్ర హృదయుంబు వినుచుగాక" అని ఆశించారు.

ఈ ఆదర్శంతో నిర్మించబడినదగుటవల్ల ఈ కావ్యంలో సంకుచిత జాతీయతకు తావు లేదు. ఆంధ్రేతరులకు కంటకమైన విషయాలు లేవు.

ఈ కవుల హృదయాలు సంస్కారపూర్ణములు, విశాలములు. అందువల్ల మతానికి అతీతమయ్యాయి. ప్రతాపరుద్రుడు చెడుగఱపులు విని జైనులను హింసించినందులకు వీరు ఇలా అంటున్నారు.

చెప్పువారలు చెప్పినఁ జెవులు దోరఁ
బెట్టుకొని వినువాని వివేక మేమి
తగులఁబడ్డది? మరల నితాంతపాండి
తీ ధురీణుఁడు కాఁబోలు భూధవుండు!

తన విద్యవోలె రాజ్య
మ్మును ముక్కలు చెక్కలగుత!......

చదివినవాఁడు, శాస్త్రముల సారమెఱింగినవాఁడు, నీతిలోఁ
బదనుగలాఁడు, పౌరహృదిఁ బట్టినవాఁడు, ప్రతాపరుద్రుఁడే
అదయ మతాభిమాన దురహంకృతి ఘోరదవానలంబునన్
జదిపె మహాంధ్రలక్ష్మి పన జచ్చిన చాఱయిపోయె నయ్యయో!

దేవాలయములు, నంది మొదలగువాటిని వర్ణించునప్పుడుకూడ పాఠకునిలో కలిగేది మతావేశము కాదు. కేవలం నాటి శిల్పవైదుష్యము, తరువాత వచ్చిన దుర్గతి మాత్రమే స్మృతికి వచ్చి శోకంమాత్రమే చర్వ్యమాణ మవుతుంది.

భైరవా! నీకేమి పాపంబు సేసిరి
పేరుమాపితి తెల్గు వీరవరుల

మొదలైన పద్యాలు ఇందుకు నిదర్శనం.

ఈ కవులు కలాపిపాసులు. నాగరకాభిమానులు. అందుకనే :

"శిథిలము, శిలావశిష్టము, ఛిన్న భిన్న,
మవనిగర్భిత, ముత్పాటితైకదేశ
మయిన మా నాగరక మణఁగారియున్న
దిబ్బలోన-పాతాళాన దిరుగవలతు"

మని చెప్పుకున్నారు. ఈ కారణంవల్లనే అచటి శిల్పాలు, దేవాలయాలు, సరస్సు, ప్రతిమలు వీరికి వస్తువు లయ్యాయి.

కవులు ఓరుగల్లుకోటలోని దర్శనీయ విశేషాలను చూచి వాటివల్ల అప్పుడు కలిగిన మనోభావాలను చిత్రించారు. తరువాత కాకతీయ చరిత్రలోని ముఖ్యఘట్టాలు జ్ఞప్తికి వచ్చాయి. ఓరుగల్లు స్థాపనము, ప్రోలరాజు వధ, కవిబ్రహ్మ ఆగమనము, రుద్రమదేవి ప్రతాపము, ప్రతాపరుద్రుని రాజ్యచ్యుతి వర్ణించారు.

ఈ ఘట్టాల ఎత్తుగడలలోను, ముగింపులలోను కవులు తమ శిల్పనైపుణ్యాన్ని చక్కగా ప్రదర్శించారు. ఒక్కొక్క ఘట్టం ఒకవిధమైన ఏకాంకిక యని చెప్పవచ్చును.

ఓరుగల్లు స్థాపనాన్నిగూర్చి కవులు స్వయంగా చెప్పినట్లైతే చాల చెప్పవలసి వచ్చేది. ఒకవేళ విప్పి చెప్పటానికి పూనుకున్నా స్వభావవిరుద్ధంగా కనిపించే యీ కథ పాఠకులకు విశ్వాసపాత్రంగా ఉండేదికాదు. అందువల్ల ప్రోలరాజు రామారణ్యుల సంభాషణద్వారా ఈ కథను కవులు నడిపించారు.

ఈ ఘట్టం ప్రారంభంలో:

"స్వామీ! చిత్ర మితఃపురాఽశ్రుత మదృష్టం బెట్టి మాహాత్మ్యమో
ఆమూలాగ్ర విచారపూర్వముగ వ్యాఖ్యానింపఁ బ్రార్థించెదన్."

అని ఉంటుంది. దీనిని చదవగానే ఏమిటీచిత్రం? ఎవ్వరు ఎవ్వరితో ఎందుకు చెబుతున్నారు? అన్న జిజ్ఞాస పాఠకుడికి కలుగుతుంది. తరువాత స్వర్ణలింగం కనిపించటం, దాని స్పర్శవల్ల రథచక్రాలు బంగారంకావటం మొదలైన సంగతులు తెలుస్తాయి. పాఠకుడికి ఇది అసంభవంగా తోచవల

సింటే కాని స్వయంగాచూచిన ప్రోలరాజుకూడా 'చిత్ర మితఃపురాఽశ్రుత మదృష్ట'మని అంటంవల్లను "వారి కనులె నమ్మలేరైరి వారు" అని ప్రజలసంగతి చెప్పటంవల్లను కవులు పాఠకుని విచక్షణజ్ఞానాన్ని బుట్టలో వేసుకో గలిగారు. ప్రోలరాజు రామారణ్యులను కర్తవ్యాన్నిగూర్చి అడిగితే ఆయన దొరకినది స్పర్శవేదిలింగ మంటూ:

> "ఇదె విద్యాధరచక్ర మీవిధిఁ బురం బేర్పాటు గావించి సం
> పదలం బొంపిరివోవ, లింగము నటన్ బ్రత్యగ్రశాస్త్రక్రియా
> మదితైశ్వర్యము నిల్పి కొల్వుము"

అని బోధిస్తాడు.

ఇక్కడ కవులు నగరాన్ని ఏలానిర్మించాలో చెప్పించక "ఇదె విద్యాధర చక్ర మీవిధిఁ బురంబేర్పాటుఁ గావింపు" మనిపించి నాటకరీతికి భంగం వాటిల్లకుండా చేశారు. అంటే ప్రోలరాజు రామారణ్యులు సంభాషిస్తున్నారన్న భావాన్ని పాఠకునిలో మరీ నాటుకొనిపోయేటట్లు చేశారు.

ఈ ఘట్టం చివరిపద్యంలో ప్రోలరాజుకాలంలోని కాకతీయ సామ్రాజ్యౌన్నత్యం చెపుతూ ఆరాజు మృతిని కవులు ఏలా చక్కగా సూచిస్తున్నారో చూడండి:

> స్పర్శవేదిమహేశ ప్రసాదమయిన
> పుట్టిబంగార మనుదినమ్మును సమస్త
> ధర్మ మర్మప్రకాశమై ధర్మమార్గ
> మలవరించె స్వర్గమున ప్రోలాధిపతికి.

"ఆత్మతృప్తి"లో ఈ కవులు చిత్రించిన కథ యితరులు వ్రాసినదానికంటె అన్నివిధాలా ఉదాత్తంగా వుంది. ఇతరులు ఈ కథను ఇలా చిత్రించారు: మొదటి ప్రతాపరుద్రుడు శివాలయంలో ధ్యానమగ్నుడై యుండగా అతనితండ్రి ప్రోలరాజు వస్తాడట. జీరాడుతూవున్న అతని ఉత్తరీయపు కొసల గాలివల్ల ఆలయంలోని దీపాలు ఆరిపోతాయి. ఆ చీకటిలో ఎవడో శైవద్రోహి తనమీద పడబోతున్నాడని రుద్రుడు భ్రాంతిపడి అతన్ని చంపి తరువాత తన తండ్రినే చంపానని గుర్తించి ఏడుస్తాడట! దీపము లేకపోయినా వచ్చినదెవరో తెలుసుకోకుండా రుద్రుడు ఎందుకు తొందరపడాలి? ఇలా చెప్పేవారు చెప్పినా వినేవారు ఎలా వింటారు?

ఈ లోటును శ్రీనివాస సోదరులు తమ కథలో సవరించారు. ఈ కథ ఎత్తుగడలో విషాదాంత నాటక ప్రారంభంలో షేక్స్పియర్ త్రొక్కిన మార్గాన్ని త్రొక్కుతూ—

"కల్యాణపుర చళుక్య ప్రభూత్తమున కె
వ్వని కత్తిపోటు ప్రాభవముపాటు

•••••••••••••••••••••••••••••

మనఱ గన్నతండ్రి మనప్రోలవిభు తుద
ముట్టజేసినట్టి మూఢుం డితఁడె !

•••••••••••••••••••••••••••••

చంఫుఁడు నొంఫుఁడు హాదువుం
డంఫుఁడు యమసదనమున కటం చెవ యా......లో
కింపుల నుఱుఁగలు గట్టిన
తెంపరి వీరహఱన ప్రజలు తెకతెకలాడన్,

అని ప్రారంభిస్తారు. పాఠకునికి విషయజిజ్ఞాస కలుగుతుంది. అప్పుడు మరణావస్థలో ఉన్న ప్రోలరాజుచేత జరిగిన కథంతా చెప్పిస్తారు. ఆతఁడు అంతా వివరించి:

బాఫు దిగఁ హా పై ఱత్మమాఅలను తూయ
తెలిసి చేసెనె? ఇది భ్రాంతి చిలిపితనము.

...   .

తండిని జంఫె సీతెఁడని దండనచేయఁప డీశ్వరాజ్ఞ యీ
వెండ్రమూ తెచ్చిపెట్టె, సుఖపెట్టఁదలంచితికేని నన్ మృతుఁ
తీంద్రముమోని సత్వర షధిస్థితుఁజేయుఁదు సింహాపీరి సా
తండిని...

అని ప్రజలకు చెబుతాడు. మరణశయ్యపై నున్నవాని తుదికోర్కె యెవరు త్రోసివేస్తారు? అందులో - కోరేది జనుల హృదయం చూరగొన్న రాజు. కోరిన కోరిక ధర్మబద్ధం. అందువల్ల నే—

'కృతమభూత్క్రింం కలిరితి విస్మిత జనమ్మ
పరిపాలనమ్ము ధర్మభఱిత మెంరసె'

"భారతనారీహృదయం"లోకూడ కవులు చక్కని మార్గాన్ని అవలంబించారు. ఆడుది సింహాసన మధిష్ఠించిందన్న కోపంతో తమవారిని పురికొల్పుకొనే సామంతుని ప్రగల్భాలతో ప్రారంభించి తరువాత రుద్రమ్మ వారిని అణచివేసి ఎలా క్షమించిందో చిత్రించారు.

"కవితాశక్తి" లో శ్రీనివాస సోదరులు కవిబ్రహ్మను చదువరులకు ప్రత్యక్షం చేశారు.

"అగ్నిశిఖఁ బోని శిఖయును, బ్రాహ్మణ్యమ్ము వెల్లి
విరిసెడి విభూతిపుండ్రము, వెల్లపంచ
పింజకట్టును, మిసమిస వెలయు సాలు" వు

... ...

పరిలోవ్యాప్త మహర్షితేజము కవిబ్రహ్మత్వసంవేదన
స్ఫురణం గూర్పగ నింతలంతలను శిష్యుల్ వెంట నేతేర భా
స్వర వాణీ కలకంకణక్వణనరూపంబైన వ్యాహారముల్
దొరలన్ దక్షిణహస్తమెత్తి ధరణీంద్రుం దేల్చె నాశీర్ఝరిన్.

తిక్కనభారతము విని గణపతిదేవుడు:

'గంటమునఁ బుట్టుకొనివచ్చె ఖడ్గశతము
వీరరస మత్తురంబయ్యె విశ్వమునకుఁ
జాలినది యీరచన మెండె మేలు మేలు!
తెలుఁగువారు మీ ఋణమును దీర్పలేరు!

అని తన తెలుగుతనాన్ని, మనహృదయాన్ని, చక్కగా ప్రకటించాడు.

ఈ కవుల ఆదర్శంవలెనే వాక్కుకూడ సంస్కారవంతమైనది. ప్రతి పదాన్ని చాల అర్థవంతంగా వాడుతారు. మొట్టమొదటి చరణంలోనే,

'ఇదియె కాకతి నృపతి దేవేంద్రుల
పాదరేఖలు ముద్రపడినచోటు!'

అనటంతో స్పష్టమౌతుంది.

వ్యర్థపదానికి వీరి కవిత్వంలో తావే లేదు,

'కేశవస్వామి! నీ కంగేలిచక్రమ్ము
వక్రమ్మునకె అప్పనమ్ము నిడితె?'

అనే చరణంలో 'కంగేలు' అని చెప్పటంలో చాలా సారస్యంఉంది..

వృత్తంమీద ఈ కవులు ధ్వనియందు అభిమానం చాటినప్పటికీ వీరి కవిత్వంలో డొంక తిరుగుళ్ళు ఉండవు. దీనికి:

'ఇచ్చటి త్రిసంధ్యలోడ్చిన రోజుపుణోన
అష్టదిక్పాలకాంత లాస్యములఁ దిలక
విలసనము సల్పికొనిరఁట! ప్రియులకెపుడు
నయ్యదిరియె యుంగరక్షయం చరసి కనిరో!'

అన్నపద్యమే నిదర్శనం.

వీరి కవిత్వంలో మఱొక విశేషముంది. ఈ పుస్తకంలో ఏ పద్యమూ పూర్వ అధునాతన కవులలో ఏ ఒకరి పద్యాన్నీ స్ఫురింపజేసి ప్రాసంగిక విషయాన్నుండి పాఠకుని హృదయాన్ని మరల్చి రసానికి భంగము కలిగించదు. నకళ్లు పెరిగిపోతున్న యీ రోజుల్లో యిలాటిదాన్ని గొప్ప గుణమని ప్రత్యేకంగా పేర్కొనక తప్పదు.

వృత్తముమీద శ్రీనివాస సోదరులు ఈ ఒరుగల్లు కోటతో జాతీయతకు టాజ్ మహల్‌ను నిర్మించారు.

తెనాలి,
6—7—42.

జి. వి. కృష్ణరావు
M. A. (Lit.)

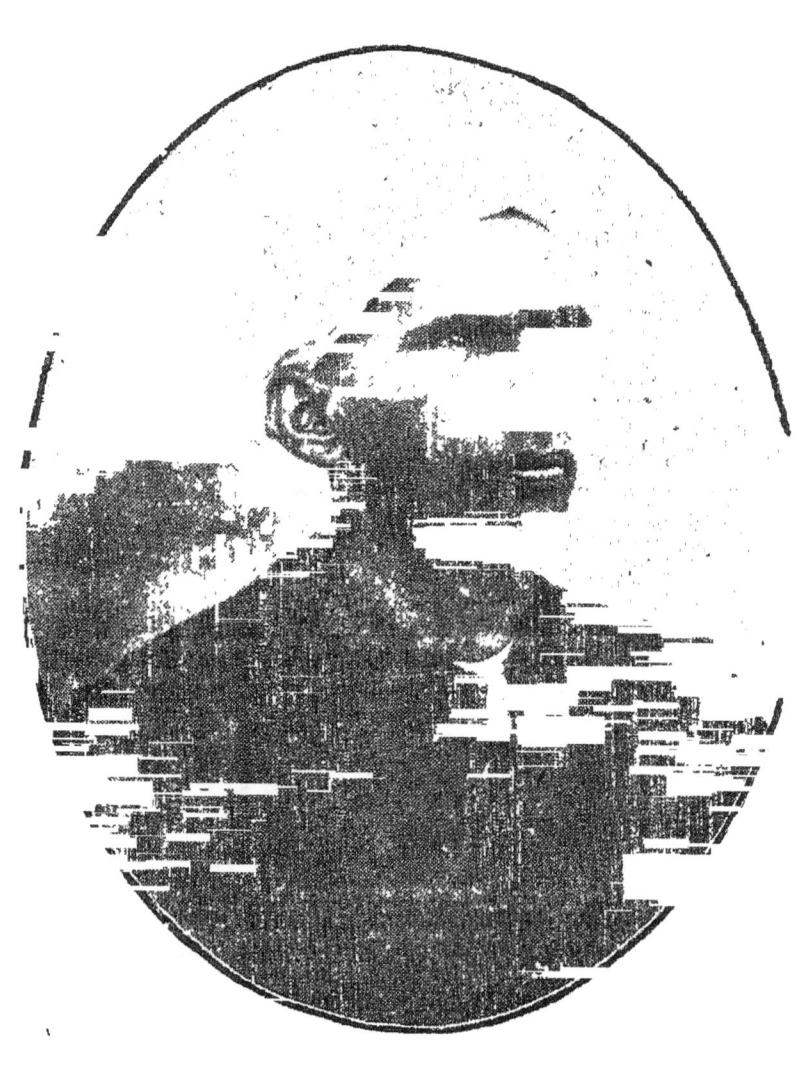

కృ తి ప తి

కృతిసమర్పణము

శ్రీ వాణీ లాస్యకలా
హేవాకం భవతు ధామ తే సతతం
ఈదర వేంకట మంత్రిన్ !
సుబ్బాంబా హృదయకమల మధుచోర !

ప్రభవించినావు భరద్వాజుని పవిత్ర
గోత్రమ్ము క్రొంగ్రొత్త కొమరు లీన,
వర్తించినావు పూర్వపు టాఱు వేల ని
యోగి ముఖ్యుల నయాభ్యుదయపథిని,
ఎలయించినావు మీ యీదరవంశ స
ద్గుణ కీర్తనమ్ము దిక్కోణములను,
తలమించినావు పితామహు రామ ప్ర
ధానిని నిరతాన్న దానమందు,

తండ్రి పట్టాభిరామ ప్రధాని భక్తి
తల్లి నరసమ్మ సౌజన్య తత్పరతయు
మూడుమూర్తులఁ దగఁ బుణ్కిపుచ్చుకొంటి
ప్రణత బుధమంత్రి ! వేంకటరాయ మంత్రి !

కాశికా విశ్వనాథుని గౌరవంబు
బ్రాతియగు నన్నపూర్ణమ్మ చేతిచలువ

ఇట్టి కథ నీ దినాల విన్పించుచుండు
సుగుణనికురుంబ నీయింతి సుబ్బమాంబ.

*　　*　　*

శ్రీరామ పాదపంకజ
మారందఝురీ విగాహి మానసునకు, వి
స్తార శుభ ప్రారంభా
ధార కృతి ప్రతతి కనఘతా ధామునకున్.

నీతి ప్రధానకృతి హిత
తాతత మధు మధుర సుబ్బమాంబా హృదయా
బ్జాత భ్రమరాయితున క
నేతాదృశ నేతృతా మహీయః స్తుతికిన్

వేంకటరాయని కభ్యుద
యాంకముగా నాదివాక రాసర్క యశ
స్సంకలనముగా కావ్యము
నంకిత మిడుచుంటి సహృదయామోదముగన్.

★

★

తిరుపతి వేంకటేశ్వర సుధీకమనీయలతా లతాంత, మిం
డరుడగు సింగరార్య కవితాసవ మాసలు రేఁపుచుండు; బం
భర రసికావతంసములు! మాటలు నేల! ధ్వని ప్రధాను లా
దురుగద! రండురండు! తటితోడన గ్రోలుఁడు తెల్లువెల్లునన్.

ఇది పురాంధ్ర చరిత్రలో నెల్ల నతులి
తోజ్జ్వల నణిదీపమై యొప్పులొలుకు
కాకతిక్ష్మాపతుల యోరుగంటి ప్రభల
నరయఁజేయుత కుధరంబు నద్దమట్లు.

★

పదము నర్థముఁ దలదాఁటి భావ ముండు,
నది రసశ్రీకి నాలయ, మందు నడుగు
పెట్టి మైమఱవనివారు పృథివి నుండ
రన్నచో నది సహజోక్తి కానవాలు.

భావము గ్రహింపఁ బఱియించువారలకును
భావనాహాలమునఁ బడన్పడి రసార్ద్ర
మయిన హృదయకేదార మత్యవసరమ్ము;
అందె భావబీజము సస్యమై ఫలించు.

—చాటువు (స్వకీయము)

ఓరుగల్లు

Y.R. SURI

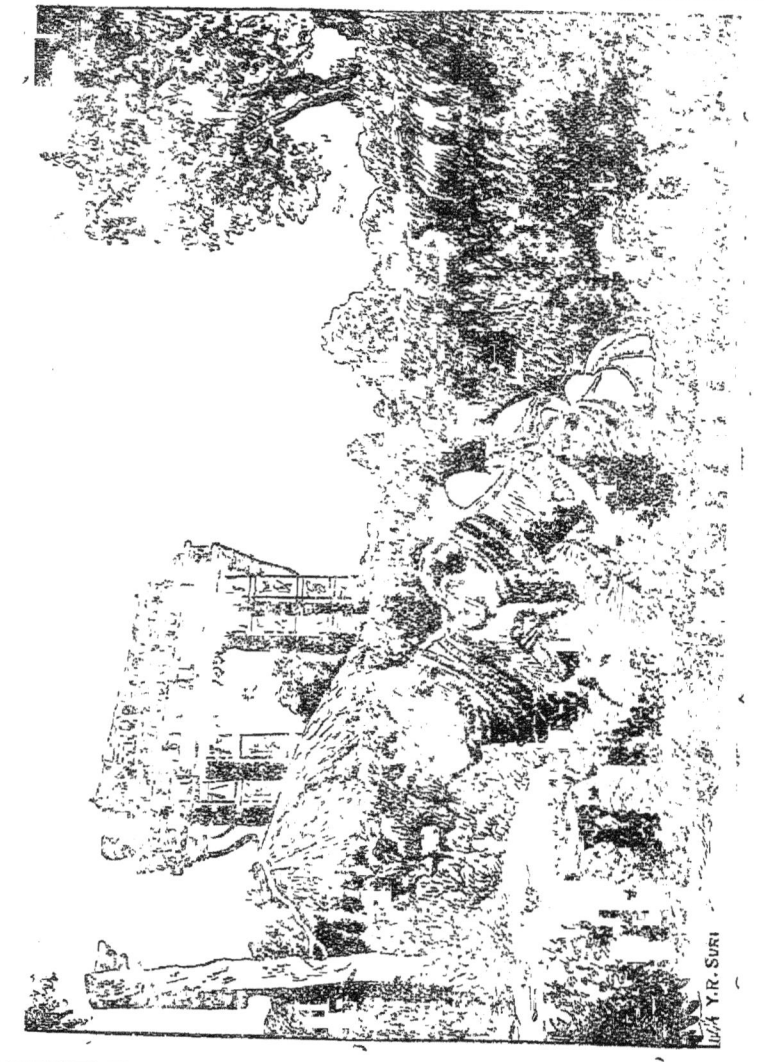

దర్శనము

ఇదియటే కాకతినృపతి దేవేంద్రుల
        పాదరేఖలు ముద్రపడిన చోటు!
ఇదియటే లలితాంగి మదపూరసామంత
        కాంతల మనభ్రులఁ గరఁగు చోటు!
ఇదియటే పాదుసాహిని బట్టితెచ్చిన
        తెలివితేటలు గుబ్బతిలిన చోటు!
ఇదియటే లయరుద్రుఁ డెదలోన నడిదాన
        శివుఁడై మహేశుఁడై చెలఁగు చోటు!
ఇటనటె ప్రతాపరుద్ర రాజేంద్ర ఘోటి
కా ఖురన్యాస సన్న్యాసకారి హారి
మృదుమధుర చిత్రగతుల రచించె నెల్ల
యెదల మీటి విద్యానాథ కృతివధూటి!

ఏ జాతిఘోటిక లిచటఁ గదనుద్రొక్కి
        యీ పృథ్వీరజమును రేఁపినవియొ!
ఏ వీరబాలకు లిచట గుంపులుగూడి
        క్రీడావినోదముల్ నెఱపినారొ!
ఏ శూరశేఖరు లిచట శరజ్జయ
        ప్రస్థానములకుఁ గారాడినారొ!

ఏ కళాకాంతు లిచట రాజేంద్ర క
రావలంబమునకై యలసినారొ!
ఏ తపశ్శాలిపాదము లిట నటించి
ప్రజల కెల్లను ప్రామరక్ష యొసనో!
ఇచట నడుగిడ దడదడ నెడఁదనుండి
ఏదో ఆపాదశిరము పర్వెత్తుచుండె!

ఇచ్చటి త్రిసంధ్య లొడ్డిన యొఱపుతోన
అష్టదిక్పాల కాంత లాస్యములఁ దిలక
విలసనము సల్పికొనిరఁట! ప్రియుల కెపుడు
నయ్యదియె అంగరక్షయం చరసి కనిరొ!

ఏదీ ఈ దిబ్బలలో
నే దాగొనియున్నదా మహీయ స్సై! లిం
గోదార కోశలక్ష్మి మ
హోదయమై, సర్వ దక్షి ణోజ్జ్వల మణియై?

శిథిలము, శిలావశిష్టము, ఛిన్నభిన్న,
మవనిగర్భిత, ముత్పాటి తైక దేశ
మయిన మా నాగరక మణఁగాడియున్న
దిబ్బలోన-పాతాళానఁ దిరుగ వలతు.

ప్రతాపరుద్రుని శిరస్సు

ఈ శిలాశిరస్సు దర్బార్ మహాల్ లో పెట్టఁబడియున్నది.

ఓయి ప్రతాపరుద్ర నృప!
ఊరక యీ దరబారు సాలలో
నీ యనవద్య పాలన
వినీతి విచార విహార ధోరణిన్
'కో'యనియార్చు పుల్గులకుఁ
గొంచక బోధయొనర్చు చుంటివా?
నీ యఖిలాంగ మేదినను
నిల్చె నటందువ – ఉత్తమాంగమే?

నిజమే కాని శిలామయం బయిన దీ
నీ శీర్షరాజంబు, దు
ష్ప జ నీ శిల్పములెల్ల వాఁకిటులపచంన్
మెట్లుగా నిల్పి, మె
ట్టి, జయామోదము నంద మందహాసితా
టీకంబు వీడంగఁబో
ని జడత్వమ్మున కింకఁ గారణము లున్నే?
అట్లు గాకుండినన్.

శిల్పములు

గండశిలలెల్ల పుష్పాలు, కాయ, లాకు
లై, విచిత్రప్రకృతి సృష్టి కందికొనియె!
ఒక్క బ్రహ్మకుఁ దండ్రియై నిక్క వి-
వెట్లు మాయమ్మకడఁ దలయెత్తఁ గలఁడు!

ఈ యష్టదళపద్మ మే బ్రహ్మ సృజియించె
ఇన్నాళ్ళకును వాడకున్న దిచట!
ఈ తీవజొంపమ్ము లే ధాత రచియించె
ఇన్నాళ్లు మ్రోడుగాకున్న విచట!
ఈ మత్తగజముల నే విధి సృజియించె
ఎన్నేళ్ళకును జావకున్న విచట!
ఈ మృగేంద్రమ్ముల నే స్రష్ట సృష్టించె
ఉఱిమిన గర్జించుచున్న విచట!

ఎవరి సంస్కృతి కిం స్మృతియేని లేక
నేను న్యూయార్కు శిల్పి వందించుచుంటి
నా మదీయ సహోదరులా యివెల్ల
వెల్లికొల్లగ నగఁబోసి వెళ్లినారు!

వేణుగోపాల ప్రతిమ

కోటలోని దేవాలయ శిథిలములలోనిది. గోపికలు చామరములు వీచుచుండఁగా కృష్ణుఁడు వేణువూదుచున్నట్లుండును.

వృజినములేని ప్రేముడి భరించితి వింత యటంచుఁ జూపు న
క్కజమగు వీరి చన్గవ జేగాజిగి నీ హృదయాంబుజంబునన్
వ్యజన వినీతమై సుమశరానల మూని విశోచమందెనో!
వ్రజమును నింపు వైణవ కలస్వనమై యది, ప్రౌఢగోపకా!

మానవు నీదుగానము నమానుష మారణయంత్రమందు నీ
కీ నిరవద్యసౌఖ్యము ఘటించిన యాంధ్రపురంధ్రి పిప్పిగా!
మానవు నేఁడుగూడ! అభిమానము లేశము లేదు నీకు; నీ
గానము విన్న నా యొడలు కాలుకవచ్చెడి : దొంగగొల్లఁడా!

నందికేశ్వరుఁడు

ప్రమథాధిపుని పెద్దబంట వీవని యెంచి
    నీదు పాదమె మది నూదినారు,
ప్రతిపని మొదట నీ పరమదర్శనముగా
    అడుగడుగున నిన్ను నడపినారు,
ఏది కావలెనన్నఁ గాదనకుండ ని
    ట్లీ యపూర్వ విభూష లిచ్చినారు,
కాసంతయును హాని గనరాని భక్తితో
    నీ యుత్సవమ్ములే నెఱపినారు,
నీదు శృంగాగ్రమున దృష్టి నిలిపి చూడ
నందికేశ్వర! జయము కన్పడు నటంచు
నెంత విస్రంభమున నుండి రీ తెలుఁగులు!
కనినది పురారి ఫాలలోచనమ కాదె!

దేవాలయములు

భైరవా! నీ కేమి పాపంబు సేసిరి ?
పేరుమాపితి తెల్గు వీరవరుల ;
చముడేశ్వరీ! నిన్ను శరణుజొచ్చిరిగదా,
కన్నెత్తి చూడని కత మదేమి ?
వీరభద్రా! నీదు వీరవిహారమ్ము
దక్షుండు క్రింగ మెత్తబడినావ ?
కేశవస్వామి! నీ కెంగేలి చక్రమ్ము
నక్రమ్మునకె అప్పనమ్ము నిడితె?
ఓ స్వయంభూ ప్రభూ! నీ మహామహా స్స
ముత్కటానంద సత్కార భోగిభోగు
లైన మా కాకతీయు లేరయ్యా? లేరు!
పాలు నిట వారి యభిషేకవారి మటుకు!

కాకతిదేవతా! ఎచట కాఁపురముంటివి నేఁడు ? నీ దయో
త్సేకము తప్పిపోవుటకుఁ దెల్పుము హేతువు; మత్స తాపరు
ద్రాకలితాష్టభోగ మహితాదరవృత్తిని మోము మొత్తెనా?
లేక యదృష్టరేఖ తలక్రిందయిపోయెన నీకు మాకటుల్ ?

రుద్రమాంబికా స్వాప్నిక భద్రపూర్తి
ధర్మమార్గైకవర్తి ప్రతాపరుద్ర

చక్రవర్తి భవత్కృపాసారమూర్తి
ఏకవీరమ్మ! నీ ఋణ మెట్లు తీర్తు?

ప్రోలరాజులు కట్టుకపోయినారొ
స్పర్శవేదిలింగమ్ము నైశ్వర్యకాము ;
లిట్టి లోభిత మెందుకు పుట్టవలెనొ
దానరాధేయులకు, స్వర్గధాములకును?

ఇప్పటికైన నాలయము లెల్లను రోజుకురోజు పూజలన్
దొప్పగ దోఁగుచున్నవని తోఁచెడి; అశ్రు జలాభిషేకముల్
తప్పక సాగుచున్నవిగదా! ఇటు చూచెడి దిక్కు లేనిచో
ఎప్పుడొ లేచిపోవలసి రీ యభిమానము లేని దేవతల్.

నర్తకీప్రతిమ

ఇది కోటలోని దేవాలయ శిథిలములలోఁ బడియున్నది.

నిజముగా మారాజు నిండాగు కొల్వులో
ఏ శాస్త్రధనులు వాదించినారో!
నిజముగా మారాజు నెఱజాణ నవ్వులో
ఏ కవీంద్రులు ఫలియించినారో!
నిజముగా మారాజు నిండుగర్వమ్ములో
ఏ పరాశరులు శబ్దించినారో!
నిజముగా మారాజు సిటలంపు ముడిలోన
ఏ నరేంద్రులు మోకఱించినారో!

ఓ కలావతి! సభవీడకుంటి వెపుడు
ఏమి జరిగినదో తెల్పవే, యిదేమి?
ఒక్కటే మచ్చు నాట్యము నొలుకఁబోతు,
వేమి చూచిన యానందమే యిడంత?

తెలుఁగు జీవులు

జైనునిభాతిఁ బాదములు
జాగ్రుతనేత్రముతోడఁ బెట్టుచు
న్నానని నవ్వు వచ్చు:
కదనమ్మున నెత్తురుటేటిలోన నే
కోనలలోనికో తనువు
కొట్టుకపోయినఁ దెల్గుజీవు లీ
ప్రాణపదమ్ము వీడ్కొనరు!
వారలఁ ద్రొక్కిన మోక్షమున్నదే!

★

స్మృతి భావన

ఈ సింగంబు మొగంబుఁ గన్గొనిన నాఁ డేసింగ మీ వీటిలో
రాశీభూత సమస్తదిగ్వలయ సమ్రాట్కోశ నానామణీ
భాసిం జేసెనొ బొక్కసంబు నది సర్వం బర్థమై వ్యర్థమా
నీ 'సాంబారు తెలుంగు' బ్రుంగు టెపుడం చే నింతుఁ దప్తాశ్రువుల్.

ఈ నందనారామ మింత యొప్పుచునుండె
తెలుఁగురాయం డెందుఁ గలఁడో పదుఁడు,
ఈ మత్తమత్తేభ మిచట సజ్జితమయ్యె
నెడయుండు తెల్గురా జెక్కవచ్చు,
ఈ దేవళముతల్పు లివె తెర్వఁబడియుండె
రావచ్చు మన తెల్గురాజు కనుఁడు,
ఈ మహోర్భటి యేమి ? ఇటు వచ్చుచున్నదో
ఆంధ్ర సైన్యంబు జయారవంబు!

రండు మన తెల్గురాజు దర్శనముకొఱకు,
హృదయ కుసుమాల మాల లర్పించికొనుఁడు,
లాజలను జల్లుఁ డాంధ్ర శౌర్యమ్ముమీఁద,
తెలుఁగుజెండాలు గొనిరండు తలకు నొకటి.

అవి ఆంధ్ర రాజేంద్ర సంభోధి గంభీర
వాక్కులు : కావటే ? వాయురవము !

అవి ఆంధ్రకవిచంద్రు సమ్మతాభినిష్యంది
సూక్తులు : కావటే? శుకశావంబ!
అవి జితావనిపాల కీర్తిస్ఫూర్తి వి
జ్ఞాపనల్ : కావటే? కాకరుతము!
అవి తెల్గుహంవీర శ్రవణదారణాపటు
స్వానముల్ : కావటే? పక్షియుఅప!

ఎచటఁ బట్టిన గింగురు లెత్తుచున్న
ఆంధ్ర నాగరకత విజయపు చరిత్ర
చదివికొనఁ జేతగాని యజ్ఞానిపలుకు
కేను నవ్వనా? ఏడ్వనా? ఏమిసేతు?

వినఁబడుటలేదె? ఆంధ్ర భూభృద్వతంసు
మేటి మోసాలపై నదే మింటి నంటి
మ్రోయు గడియార : మందు తుంబురుని జట్టు
బట్టులట్టులె మన రాచపగటుఁ బొగడు.

పగలు మగగుండె నెత్తుటి బాడిలోన
ముంచియెత్తిన కీరితి బొందుమల్లె
దండలను దాల్చిరో యే మొదండిమగలు!
రక్తమాల్యము లఁగర మ్మురమ్ము వెలుఁగు.

అదెయదె గుంపుగూడి జను లా లయతాండవమున్ స్మరింపఁజే
యుదు రదియేమి? ఆఁ! తెలిసె: ఉజ్జ్వలమా పలనాటి శౌర్యసం
పదమధు వాని సఃపుర కవాట విపాటనదక్ష దీక్షితో
న్మద పరిపూర్ణులై చటుల నర్తన సేతురు బాలవృద్ధులున్.

ద్రుతతాళమ్మున ధుంధుం
ధుతకిటధోంకార మెసఁగ ఘూర్వ్యహాగర
ప్రతివీర మాథ గాథల
నతలాకుతలమ్ము సేయు నంగన : కనుఁడీ!

వారుగాఁబోలు మైలారు వీరభటులు!
చటులదర్ప సముత్కట నిటలతటులు!
గొండ్లి సల్పుచున్నారు; గొరగపిల్ల
గూడ నాడుచున్నదే – గొట్టికాయ!

ఊహాలు

దేవాలయములలోఁ దేపతేపకు విని
        పించు గంటలకు ముగింపు లేదు,
దరబారుసాలలోఁ దరముమూలిన యల
        బలమున కొక యుద్ధపాటు లేదు,
కోటకొమ్మలమీఁద పాటుపోటుల ధాటి
        పారాహుషారుకు బంది లేదు,
ప్రాకారములమధ్య పత్తనమ్మున జన
        వ్యవహారమందు స్తబ్ధతయు లేదు,
అన్ని నా కలలోనియూహాలో! నిజంబొ!
నిద్రపోవుచు నుంటినో! భద్రబుద్ధి
మేలుకొని యుంటినో! నాదు మిత్రులెల్ల
నన్ను వంచించి యెటు పోయినారొ, యిపుడు!

అణువు నణువును తాపడమైన గట్టి
నేల తెల్గుకుంతలబంధ మేల చెఱుగు?
నాఁటి కీనాఁటి కెక్కడి పోటి గలదు?
కనుఁడిః ఏరెం డణువులైనఁ గలసి కలవె?

ఆఱని చిచ్చు

ప్రోలరాణ్మణి సముద్భుజభుజా నిర్వక్ర
బలపరాక్రమ మూలవాలముగను,
రుద్రభూపాల నిర్ణిద్ర విక్రమ కలా
సాహిత్యరసములు దోహదముగ,
గణపతిప్రభు దీప్ర రణపాండితీ ఫల
జయవీరగాథలు శాఖికలుగ,
వీరప్రతాపేంద్ర విజయార్భటీ ఘటీ
యంత్రోత్థ రసము పుష్పాసవముగ,

మొలచి నిలచి శాఖోపశాఖలను బెనిచి
ననిచి మాకాకతీయరాణ్మహిమ మహీజ
మా విధి క్రూరతరవారి కగ్గమగుట
చెడ రగుల్చెడి నాఱని చిచ్చు నెడఁద.

*

ఫలశ్రుతి

ఒకనాఁడు తెనుఁగురాజు కిరీట రుచులతో
ఈ మేడ ప్రేలిపోయినదటంచు,
ఒకనాఁడు తెనుఁగుబిడ్డ కడానిపల్కులో
వీరరేఖలు తాండవించెనంచు,
ఒకనాఁడు తెనుఁగుజోదు కరాగ్రతరవారి
ఎఱ్ఱముత్యాలు వర్షించెనంచు,
ఒకనాఁడు తెనుఁగురైతు కనుంగొలుకులందు
పచ్చని యశ్రువుల్ పండెనంచు,

తలఁచి భావించి గరువించి తలలువంచి
యలమటించిన మా యెదలందుఁ జిందు
నీ విషాద దుర్భర గీతి నీ త్రిలింగ
మున నొక సమార్ద్రహృదయంబు ననుచుఁగాక!

*

వెయ్యిస్తంభా

వెయ్యి స్తంభాలగుడి శిథిలము

శిల్పి సోదరులు

వెయ్యిస్తంభాలగుడి శిల్పము చూచుపరి కాంధ్ర శిల్పిసోదరులు ప్రత్యక్షమైనట్లు భావన కలిగి వ్రాసిన ఈ పద్యములు.

తరతరమ్ముల నాదు సోదరులు వచ్చి
ఎట్టయెదుటనె ఠీవిమై నిట్టనిలిచి
పలుకరించిన యీ మహాభాగ్య ఘటిక
నా హృదయవేణు విశ్వగానంబు రేఁపె.

వాడిపోవని వారి వదనబింబములలో
    కలకల నవ్వెడి తెలుఁగుదనము,
అఱిగిపోవని వారి యాకార రేఖల
    మిలమిల మెఱసెడి తెలుఁగు తెలివి,
చెఱిగిపోవని వారి సిందూరతిలకాన
    తెకతెక తెరలెడి తెలుఁగుబలము,
ఉడిగిపోవని వారి యుజ్జ్వలాంగములందు
    సలసల గ్రాగెడి తెలుఁగుపాలు,

విస్మృతాస్మత్పూర్వాంధ్ర జీవితమహః ప్ర
పంచ మూర్తీకరణ చణత్వంబు జూప
నా త్రుటితపూర్వ హృదయవీణా సమస్త
తంత్రు లచ్ఛిన్ననవత గీతములు నింపె.

కాఱుమబ్బులు క్రమ్మిన గగనసీమఁ
గ్రమ్మరించె నొక్కట లెక్కలేని మెఱపు,
అకట! ఉక్కిరిబిక్కిరి యైనఁ గాని
బ్రదుకుపోడ వాత్క్షణమయైన ముదముగాదె!

నాయన్నల్ ననుఁ జూచి సమ్మదముతో
నాతండ్రి! రమ్మంచు—
ఆహా! యేమా ప్రణయైకసుస్వరము!—
ఆహ్వానించి రాశ్లిషన్
నాయీదుర్వ్యధిదత్త మత్తహృదయాంధ్య
గ్రస్తదుష్కాయమం
జే యెండొక్కెడఁ జుక్క నెత్తురును లే
కేనైతి నేమేమిటో!

తెలివి గలిగి కనులు తెఱచి చూచెదులోన
స్వర్గలోకము తెరచాటు కేఁగె;
అరసియరసి కాన నా యింద్రులు నుపేంద్రు
లిట్టె శిలలచే గ్రసింపఁబడిరి!

శిల్పములు

ఒకచోటఁ దెలుఁగుబిడ్డకు పాలుగాఱిన
 వలిపూపపూవు బుత్తులను గంటి,
ఒకచోటఁ దెలుఁగుగడ్డకుఁ దోరణాలైన
 నవకాల మానినీరూపలను గంటి,
ఒకచోటఁ దెలుఁగుజోడింపు విమానములైన
 పొడిగాని తడిగంధమ్ములను గంటి,
ఒకచోటఁ దెలుఁగుజేని పందిగణమైన
 అంవోనిప్రేమాంగ గంటలను గంటి,

తెనుఁగురాజు విశాల భావనములోని
యసురులకు వసపడని యింద్రావసథమౌ
నందనారామ మొకట సృష్టించినప్పుడు
తడవె నా మది దైవాంశంబుకొఱకు.

శిలగా దయ్యది పిండిముద్ద యనిపించెన్ స్తంభ మొక్కొక్కటిం
తొలువుల్ మల్చుచు సృష్టికర్తృ గబసంబుల్ శిల్పనాథాదులున్
డిల నెక్కొల్పినమచ్చుముక్కలని యూహించెన్ మనస్సెంతయో
యలఘుప్రజ్ఞ తలంపనుం గనఁడె యీ యధ్వాన్నశాలంబునన్ ?

ఒకటా! రెండా! వేయుఁట
అకలంక కలాకలాపమగు స్తంభంబుల్!
ఒకమాఱు చేతు శేపి
అకటా! ఎన్నెన్ని కాయలైనవొ! శిల్పీ!

కాసారము

ప్రాతస్స్నానము సల్ప నశ్వముపయిన్
        రాజ ప్రతాపేంద్రుఁడా
యాతుం డయ్యెడినంట నిత్యమును
        భూమ్యంతఃపథింబట్టి నీ
చేతః పద్మ మరందబిందువులలో
        శ్రీపూర కాసారమా!
నాతో నుంతయు మాటలాడ విటు
        మానంబేల? నీ తమ్ముఁడన్.

ఏది యేదమ్మ ధరణిదేవేంద్రు సాంద్ర
వైభవోజ్జ్వల దివ్య బింబంబునైనఁ
గాననీవమ్మ, నీ చిత్తకమల మేల
ముచ్చముడిఁగించుకొన్నావు మొదలె? సరసి!

★

రుద్రుఁడు, నంది

లయరుద్రుండవు నీ స్వభావ మది
　　యేలా మానె? దీలాటి దు
ర్ణయము౦జేసిన నీకుఁ జీఁకటిని
　　గారాగారవాసంబు ని
శ్చయమత్యంతము యోగ్యమే : మరల
　　పూజాభాజనంబౌనుమా
వియుతాంధ్రక్షితిపాలమౌళుల సమ
　　ర్పింపఁగ వెన్కాడవేన్.

నినుఁ బూజించిరి నీదారన్ ముదువులన్
　　నిండారఁ గొండాడి, రీ
యనవద్యమ్ములు భూషణాయతనముల్
　　ప్రాప్తించె నెవ్వారిచే?
తిని వాగమ్ములు లెక్కవెట్టితిరి!
　　యేదీ మీకు లాభంబు? తోఁ
కను గోల్పోయితి వీవు, నీపబువు
　　చీకాకయ్యె నందీశ్వరా!

★

"ఉఱుకులెత్తుఁడు కర్షక యువకులార!
అరకలను గట్టికొని, దిక్కు లరయు నేల?
పిలిచెడి నదృష్ట మదిగో! దీవింప మిమ్ము,
వచ్చె నీదినమ్ము లింక మీఁ బంట్లు సుండు."

★

ఒరుగల్లు స్థాపనము

ఆది ప్రోలరాజు అనుమకొండలో ఆంధ్రరాజ్యము స్థాపించి పాలించుచున్న రోజులు. అనుమకొండకు వచ్చుచున్న బండి చక్రములు పురోపకంఠమున నేలలో దిగఁబడిపోయెను. ఎంత ప్రయత్నించినను రాలేదు. ఊరివారిని తోడుతెచ్చుకొని ఎట్లో చక్రములు బైటికి లాగఁగా వాని ఇనుపకమ్ములు బంగారువైయుండెను. ప్రజలీ సంగతి నివేదింపఁగా రాజు వచ్చి అచ్చట త్రవ్వించెను. సువర్ణలింగము బయలుపడెను. దానిని రథముమీఁద పూజాపురస్సరముగ నెక్కించి పురములోనికి తెచ్చుటకు ప్రయత్నింపఁగా అది కదలలేదు. రాజు ఆప్రాంతమున మహాతపస్సంపన్నుఁడై యున్న రామారణ్య మునీంద్రుల కడకు వచ్చెను. వారి సంభాషణలో కథ వెలుసలు పెట్టుచున్నది.

స్వామీ! చిత్రమితఃపురాఽశ్రుతమదృష్టం బెట్టి [illegible] త్త్వమో
అమూలాగ్ర విచారపూర్వముగ వ్యాఖ్యానింపఁ బ్రార్థించెదన్
ప్రామాణ్యమ్ముల సాంప్రదాయికగహనార్థ ప్రక్రియల్ వేదవి
ద్యామర్యాదల ముట్టిసట్టి తను కేతన్మాత్ర మేపాటిదా?

అనుమకొండోపకంఠాయాంత శకట చ
క్రమ్ములు భూమి దిగంబడెనఁట!
తదధిష్ఠితజనుల్ కృత ప్రభూత ప్రయ
త్నులు విఫలులు విస్మితులును నాతు
రులునయి నగరిఁగోపలి కేఁగుదెంచి నై
క సహాయ యుక్తులై వెసఁ జనంగ
పత్తనం బెల్ల లుప్త సమస్త కృత్యమై
యిసుక వేసిన రాలనియు నచట,

తిగువ తిగువంగఁ బ్రేవులు తెగిన పిదప
బాహిరిల్లెను చక్రముల్, వారి కనులె
నమ్మలేరైరి వారు, చక్రమ్ము నినుప
కమ్ము లెల్లను మేల్మిబంగారు వయ్యె.

జనవిజ్ఞాపిత తత్కథాక్రముఁడ నాశ్చర్యాబ్ధి మగ్నుండనై
చని యచ్చోట సువర్ణలింగము రుచి చ్ఛన్నాఖిలాశాంతముం
గని త్రవ్వించి రథమ్మునం దురు పురస్కారమ్ముతో నుంచి ప
త్తనముం జేర్ప నొనర్పయత్నమదివై తథ్యంబునంబూర్తిగాన్.

ఇది శ్రీవారికి విన్నవించి తమ విశ్వేశాజ్ఞతోఁ గృత్యవుం
బదమూనం బరతెంచితిన్ బిరబిరన్, ప్రార్థించెదన్, మీదు ప్ర
పదముల్ తత్తలమున్ విభూషితముసల్పంగావలెన్, మద్గృహం
బుదితానంత శివప్రసాద మగుతన్ యోగీంద్ర వాత్సల్యమై.

ఈ మెయిఁ బలుకఁగ ప్రోలమ
హామండలనేత, విస్మితానందితుఁడై
రామారణ్యమునీంద్రుఁడు
భూమాదర మేదురముగ బోధించె నిటుల్.

"స్పర్శవేదిలింగం బది, స్పర్శమాత్ర
లోహము సువర్ణమగు, నవిలోలబుద్ధి
వబ్బురమె నీకు నది లభ్య మగుట? దాని
దానవీరుఁడై నెగడు మోయి!

ఇదె విద్యాధరచక్ర మీవిధిఁ బురం బేర్పాటుగావించి సం
పదలం బొంపిరివోవ, లింగము నటం బ్రత్యగ్ర శాస్త్రక్రియా
ముదితైశ్వర్యము నిల్పికొల్వు, మిఁక నో భూపాల! ఆంధ్రక్షమా
భ్యుదయాపన్నత్వముఁ జేరవచ్చెడిని కాలోదంత ముద్యద్గతిన్.

* * *

వాని రామారణ్య మహనీయ వాక్యమ
 లంబె యేకశిలాపురంబు గాగ,
మాంగల్య మాధ్వీతరంగ భగ్నాభగ్న
 రిపు దుర్గ ఖేయంబు విపుల మలరె,
దేశదేశాయాత ధీమన్మధువ్రతా
 వళి రాజకీలాగ్ర వసతిఁ గొనియె,
తద్భాగ్య భానూదయాద్భుతోత్తేజ ర
 మాశ్రయతము విసి తాన్యమయ్యె,

స్పర్శవేది మహేశ ప్రసాదమయిన
పుట్టి బంగార మనుదినమ్మును సమస్త
ధర్మమర్మప్రకాశమై భర్మహర్మ్య
మలవరించె స్వర్గమునఁ బ్రోలాధిపతికి.

ఆత్మతృప్తి

ప్రోలరాజునకు ఒక కుమారుఁడు మహాతేజశ్శాలి పుట్టెను. ఈ వార్త ఆస్థానమునఁ దెలుపఁబడెను. జ్యోతిషికులు గణితముచేసి అతఁడు పితృఘాతకుఁ డగుననిరి. ఆశిశువు నరణ్యమున వదలివేయుటకు నిశ్చయింపఁబడెను. అందఱు వెడలిపోయినపిదప రాజు చాల విచారించెను. పాపని వన్యమృగముల వాతఁ బడవేయుట కాతని కిష్టము లేకపోయెను. అర్ధరాత్రమున ఆ శిశువును శివాలయమున లింగమునెదుట నుంచి వచ్చెను. అపుత్రకుఁడైన అర్చకుఁడు శివప్రసాదముగ నాతని స్వీకరించెను. రాజు తెలియనివానివలె అర్చకుని బిలిపించి శివప్రసాద మందినందులకు పొగడి శిశుపోషణమునకై ధనధాన్యముల నొసంగెను. శిశువు పెద్దవాఁడై రుద్రుఁడను నామమంది సమస్త రాజోచిత విద్యానిధి యయ్యెను. ఒకనాఁ డాతఁడు మంటపము మీద నిద్రించుచుండెను. తెల్లవాఱుజామున ప్రోలరాజు మామూలు ప్రకారము శివార్చనముచేసి యింటికి బోవుచు పుత్రుని జూచి మమకారము పట్టజాలక స్పృశించెను. కలఁతనిద్దరలో నున్న రుద్రుఁడు దొంగ యనుకొని కంగారుగా నిదురకనులతో లేచి తన బాకుతో బొడిచెను. రాజు పడిపోయెను. ప్రజలు కూడిరి. రుద్రుని బట్టుకొనిరి. అప్పుడు—

కలాణపుర చళుక్య ప్రభూత్తమున కె
వ్వని కత్తిపోటు ప్రాభవము పాటు,
గోవిందరాజాది కుతలేశ్వరులకు నె
వ్వని మొగ్గరము దండపాణి కరము,
ప్రబల తురుష్క సమ్రాణ్మహాసేన కె
వ్వని యెదిరింపు గర్వము కుదింపు,
జైనమతాచార సారాధ్వగులకు నె
వ్వని చేతియూఁత జీవనము పోఁత,

సతము లాంధ్రరాజ్య సంస్థాపనాచార్యుఁ
డాత్త కాకతి ప్రియార్ద్రదృష్టి
మనలఁ గన్నతండ్రి మన ప్రోలవిభుఁ దుద
ముట్టఁ జేసినట్టి మూఢుఁ డితఁడె!

సంతతమున్ ప్రజానికర సమ్మదమే తనకున్ సమస్తమై
వంతలు లేక యేలు మనపాలిటి స్వర్గరమాధురంధరున్
నుంతయు మేల్దలంపఁడు, పశుత్వము నింతకు లగ్గ కాదె? సీ!
ఎంతటి జాతిగుండెగలఁ డీతఁడు! మూర్ఖత రూపమందెనో?

చంపుఁడు నొంపుఁడు పొడువుం
డంపుఁడు యమసదనమున కటం చెడ యాక్రో
శింపుల నురుగులుగట్టిన
తెంపరి బీరమునఁ బ్రజలు తెక తెకలాడన్.

వారి వారించి యప్పుడే వనజసదృశ
నయనములు విచ్చుకొన ప్రోలనరపతి యను:
"విరిసి పొంగెత్తి దండెత్తు విధితరంగ
మునకుఁ జెలియలికట్ట చేయునది యేమి!

ఇప్పటిదాక మీకు నిజ మించుకయుం దెలియంగనీక నేఁ
గప్పియుపుచ్చితిన్, వినుఁడు, కాఁడితఁడన్యుఁడు, నాకుమారుఁడే,

అప్పుడు వీనిజన్మ సమయంబున నా మరణంబు వీనిచేఁ
జొప్పడు నంచు జ్యోతిషులు సూచన సేయుట జ్ఞప్తియున్నదే!

వీనిఁ జొరరాని కానలో విడిచిపుచ్చ
నేరుపఱచు లెఱుఁగుదు రెల్ల మీరు,
అటుల జరిగిన దనుకొంటి రంతె కాదె?
నా రహస్యము వేఱొకదారి తీసె.

కన్నకుమారు గోరిపయిఁ గట్టిన మేలిమి మేడ నా విలా
సోన్నతి కాటపట్టగుట కొప్పక యైనటు లానటంచు ము
క్కన్నులదేవు చెంతఁ బరు కంటఁబడన్ బడకుండఁ బెట్టితిన్
కన్నులు నిండఁగా జగము కన్నులు నిండఁగ నిద్రవోవుచోన్

తొలిసంజం బఱతెంచి యర్చకుఁడు రుద్రుండే శిశుత్వంబునం
బొలిచెంగావలె నంచుఁ దోఁచు నతనిం బుత్రాభిమానమ్ముతో
నెలమిం దోడ్కొనిపోయె, నింతయుఁ బురంబెల్లన్ వడిం బ్రాకఁ
చలలై పొంగిన యబ్బురంబయి జనం బా పాపనిం గన్గొనెన

అర్చకుం బిలిపించి యాయన కిట్లంటి
'మీయదృష్టము పండె మేలు మేలు!
శంభుండె పుత్త్రుం బ్రసాదించు టన్నది
కన్నది విన్నది గాద యెందు!

మున్నుజన్మములలో నెన్ని నోములో నోచి
యీ పుట్టు వెల్ల సేవించు కతన
నీ మహార్ఘ ఫలంబు నీ రందఁగంటిరి
లభ్యమే యిది యన్యులకు ? కనుండు

సంతు గలిగియుఁ గలుగని చందమయిన
నాదుదురవస్థ; పూర్వపుణ్యాంబు వలదె?
ఈ కుమారునిఁ బోషింప నెంత వలయు
నంత యిచ్చెదఁ బాలింపుఁ డబ్బురముగ.'

అనుచు వేయాఱు లిడి పంపి యప్పుడపుడు
సుతునిఁ జూచుచు జుబ్బనచూఱగాఁగ
ధనముధాన్యముఁ గోరినంతయును నిడుచు
వచ్చితిని, మెచ్చితిని వాని హెచ్చు వినుచు.

షోడశవత్సరమ్ము లెడ సొచ్చిన రుద్రుఁడు సర్వసత్కళా
మ్రేడితధీబలుండయి యమేయపరాక్రమ విక్రమమ్ముతో
నీడగు నస్త్రశస్త్ర సకలేంగితముల్ కనుసన్న నిల్వఁగాఁ
బ్రోడతనమ్మునందుట సమూలము మీకును వేద్యమేగదా!

అనుదినంబటులె నేఁడును గృతోపశ్నివా
ర్చనుఁడను వినివృత్తుఁడనయి ప్రోవ

నీ మంటపముమీఁదనే శయానుండయి
గాఢనిద్రాదేవి కౌఁగిలింత
సోలింతలో మున్గి తేలుచున్న నా
వజ్రాలగనిఁ గని పాసిచనఁగ
కాళ్లురా కొకమాఱు కౌఁగిటఁబట్ట స
రా ంగము నిచ్చనై యగడుసేయ

నాపుకొనలేక స్పృశియింప నంతలోన
కలఁతలో మేలుకని యరిఁగాఁ దలంచి
బాకు దిగనాటె పతిమావలకు దూయ,
తెలిసి చేసెనె? ఇది భ్రాంతిచిలిపితనము.

మొదల లలాట పట్టికను బోలిచి బ్రహ్మ లిఖించిపెట్టు, పై
నది నవరింప నాతఁడె సమర్థుఁడు గాఁడన నింక మానవుల్
పదిలము చూచుకొంట నగుబాటుగదా? పనిలేటిగాదె; నా
తుది యభిసంధిఁ దెల్పెదను తోరప్రసన్నిక తొందరింపగన్.

తండ్రినిఁ జంపె నీతఁడని దండనసేయకుఁ, డీశ్వరాజ్ఞ యీ
వేంద్రముఁ దెచ్చిపెట్టె; సుఖపెట్టఁ దలంచితి రేని నన్ మృతున్
తీండ్రము మాని సత్వర మధిష్ఠితుఁ జేయుఁడు సింహపీఠి నా
తండ్రిని రుద్ర, నందుల కితండు సమర్హుఁడు వేవిధంబులన్."

అనుచు దిష్మరవోయిన జనుల విడిచి
కొయ్యబాఱిన రుద్రుని కుతుకలోని
నీరవ విషాదవీచి నుస్మితుఁ డగుచు
నొక్కయూపునఁ గైలాస మొందె విభుఁడు.

కృతమభూత్కిం కలి రితి విస్మిత జనంబు
  పరిపాలనము ధర్మ భరిత మొరసె,
భోజోఽపి కౌతుకభూజో దివీ తీరి
  తమ వాణిసేవ యుదార మలరె,
పారంగతం హి శిల్ప మితి బ్రువము సహ
  స్రస్తంభ వేది ప్రశస్త ముబికె,
భో రక్షు ముంచేతి ముఖరాద్రి కందరం
  బుజ్జ్వల ప్రస్థాన ముగ్ర మొసఁగె,

అవుర ! సాహిత్యభూషణుఁ డాహవలయ
రుద్రుఁడగు రుద్రదేవుండు భద్రపీఠి
నధివసించుటె తడవుగ నాత్మతృప్తి
నందె ప్రోలాధిపతి, అఖిలాంధ్రజగతి.

భూసతికి సీతుగా నసమ్మ్రన దనర్చు
నెలఁత ముప్పము కడుపు పండిన మహార్ఘ
రత్నము ప్రభాపితాశాంచలాంధ్యమగుట
నణువు నణువును స్పందించె నాత్మతృప్తి.

కవితాశక్తి

విక్రమసింహపురము (నెల్లూరు) ను మనుమసిద్ధిరాజు పాలించుచుండెను. అతని యాస్థానమున కవిబ్రహ్మ తిక్కన కవిగా, మంత్రిగానుండెను. మనుమసిద్ధి దాయాదులు అక్కన్న, బయ్యన్న అను వారు మనుమసిద్ధిని కుతంత్రమున బంధించి రాజ్యమును హరించిరి. తిక్కన నాఁటి కాకతిరాజగు గణపతి సాయమున శత్రులఁ బాఱద్రోలనెంచి ఓరుగంటికి వచ్చెను.

అడుగిడినాఁడు కండలపు టందల మందలి వీతిహోత్రులో
నడఁగియుఁ దోఁచు మంత్రిపదవై, తన భారతపుత్రిఁ జంకలో
నిడికొని, శంభుదేవు దరిసింప గమించు విధాతయో యనం
గడుగొను తిక్కయజ్వ యల కాకతిరాజ సభాంతరమ్మునన్.

అగ్నిశిఖఁబోని శిఖయు, బ్రాహ్మంబు వెల్లి
విరిసెడి విభూతిపుండ్రము, వెల్లపంచ
పింజకట్టును, మిసమిస వెలయు సాలు
గల యతనిఁ గాంచి సభ యచంచలము—అతఁడు

పరితోవ్యాప్త మహర్షి తేజము కవి బ్రహ్మత్వ సంవేదన
స్ఫురణంగూర్పఁగ, నింతలంతలగు శిష్యుల్ వెంట నేతేర, భా
స్వర వాణీ కలకంకణక్వణన రూపంబైన వ్యాహారముల్
దొరలన్ దక్షిణహస్తమెత్తి ధరణీంద్రుం దేల్చె నాశీర్ఝరిన్.

ధణధణ మ్రోయు తావక రథాంగ మరాతి ధరాధి పావళీ
మణిమయ మస్తకమ్ముల రమావరచక్ర పరాక్రమచ్ఛవిం
బ్రణిహితముంబొనర్పఁగ నెలర్పుము నాస్తికతాంధకారముల్
గణపతిదేవ! స్వప్రభలఁ గ్రచ్చును విచ్చునుగాఁ జిరాయువై.

పెన్నాతరంగిణీ వీచికాందోళికా
లీలావిహారముల్ నెఱపి నెఱపి,
మనుమసిద్ధి నృపాల మందార మారంద
దివ్య నిర్ఝరిణిఁ దేలి తేలి,
ఆంధ్రవాణీ మాన సానంద వల్లకీ
తంత్రీనినాదముల్ తరిచి తరిచి,
హరిహర బ్రహ్మ యాథార్థ్య పారార్థ్య చి
న్మయ రసానందమ్ముఁ ద్రావి త్రావి,
అలరు మామకవాణి విహారసీమ
భారతామ్నాయ మాంధ్రావతారమందె
నురుబుధారాధన విరాజి నుభయసుకవి
మిత్రుఁడను తిక్కనాభిఖ్య మెఱయువాఁడ.

అన హిమకరకరసుధ వి
చ్చిన నీలోత్పలము లొలుకు చేరకనులతో
ననురాగ రసము గొలుచుచు
జనపాలుం డిటు వచించె సాదరఫణితిన్.

ఏమిా తిక్కన సోమయాజు లిటు తా మేతెంచినారే! బళా
రే! మాయీశ్వరపూజనంబు సఫలంబీనాఁడు, మా రాజ్యమున్
శ్రీమాంగల్యమునం దుదారతమమై చెన్నొందె మిాకుండగన్
మే మేమర్చన సేయఁగాఁగలము? మన్నింపుం డి దేకొంచెమో!

అనుచు బంగారుగద్దెపై నాకవీంద్రుఁ
గూరుచుండఁగఁ జేసి యకుంఠభక్తి
సర్వపరిచర్య లొనరించి యాశ్రయించె
భారతశ్రవణార్థియై పార్థివుండు.

మారన శిష్యసత్తముఁడు మానిత భావరమావిలాసముల్
తేరిచి, రాగ తాళ లయ రీతులు, గద్యము భంగిమమ్ములుం
దీరిచినట్లు మాధురి జితించిన గొంతుకతోఁ బఠింప, మా
ధ్వీరసవార్ధిఁ జేసెఁ గవి తిక్కని తద్వివృతుల్ సభాస్థలిన్.

భారతామృతమును జెవులారఁ గ్రోలి
యనిమిషత్వంబు నందె సభ్యవ్రజంబు
రాజదేవేంద్రుని సభాంతరాళమందుఁ
బ్రత్యణువు దైవికానంద బంధురంబు.

“గంటమునఁ బుట్టుకొనివచ్చె ఖడ్గశతము,
వీరరస మక్షురంబయ్యె, విశ్వమునకుఁ

జాలినది యీ రచన యొండె, మేలుమేలు!
తెలుఁగువారు మీఋణమును దీర్పలేరు.

ఈ రాజ్యమెల్ల మీయది
మీఋణము మీయాజ్ఞ లెప్పుడు మేమంతఋమున్
వీరకవీశ్వర! ఇదె నేఁ
డారంభముగాఁగ నేలుఁ డప్రతిహతులై."

అనుచు గణపతి రత్నసింహాసనంబు
దిగి, కిరీటంపు కెందళ్కు తిక్కనార్య
పాదపద్మమరంద విభ్రమముఁ గొలుప
భక్తి రూపొందెనన సల్పె వందనంబు.

సభ నిశ్శబ్దము, తిక్కన ప్రతివచ స్సంవేదన ప్రౌహమున్;
ప్రభు కేల్కేల గ్రహించి తిక్కనకవిబ్రహ్మర్షి భాషించె "భూ
విభు! నీచేతికి నెమ్ము లేదు, నిజ, మీ విశ్వంబు విశ్వంబు శీ
ర్ష భరంబైనను నాస పెంపఋనె! రాజ్యంబేల నాకోఁటికిన్?

చల్లని నీపాలన వ
ర్ధిల్లంగావలె సహస్ర దివ్యాబ్దంబుల్
కల్లకపటములులే క
త్యుల్లాసమ్మున భవత్ప్రజోత్కర మెల్లన్.

అక్కన్న బయ్యన్న లట మన్త్రసిద్ధి దా
యాదులు బహు తంత్రవేదు లతని
రాజ్యంబు హరియించి పూజ్యుఁ డాతనిఁ బట్టి
బందెలోఁ బెట్టించి బడలుపఱిచి,
రా యన్నదాత విద్యానవద్యుఁడు దయా
పాథోధి పడరాని పాట్లు పడుటఁ
గనలేక నీయాత్మఁ గొని తత్పునః ప్రతి
ష్ఠాపన మ్మొనరింప నోపుదు నను

నాసమెయి వచ్చినాఁడ, నొండాడ కింత
సలుపుటే పదివేలు నా, కెలమి నీదు
రాజ్యమే కాక డెబ్బది రాజ్యములను
నిచ్చినట్టుల కరుణ నీక్షింపుమయ్య!"

అనవుడు సభ్యులెల్ల 'బళిరా! మెయి యంతయు రాజభక్తి! ఈ తని విమలాశ్రయమ్మునఁ గృతార్థ సరస్వతి, సత్య, మింత యొప్పునె యొకమానవోక్తి!' యని పొంగులువాఱెడి విభ్రమమ్ముతో డన వివశత్వమై పటపటత్కరతాళము లైరి బిట్టుగన్.

* * *

ఆశాంత దంతావళానీక కర్ణతా
ళములు హస్తాత్సమాప్తములుగాఁగ,

విద్యార్థిగణ బోధనోద్యమవ్యగ్ర వి
ప్రాళి సంధ్యాసత్వరమ్ముగాఁగ,
సుచరాటవీకుంజ సుప్తోత్థ వనసత్వ
వితతి భ్రాంత త్రస్త ద్రుతముగాఁగ,
ప్రాకార దేశ నిర్భయ సుప్తకల్ప సై
న్యము కాలకూట ఖిన్నమ్ముగాఁగ,

భేరికాభాంకృతి సెలంగఁ, పృథివిరజము
గగనమును గప్పె, నడవులు నగరులయ్యె,
ఉద్ధత క్రుద్ధ కాలసర్పోత్కర మయి
బుసలుకొట్టె విక్రమసింహపురి యగడ్త.

గణపతిదేవుఁడే స్వయముగా నడిపించెడి సేనముందు నా
త్రిణయనుఁడేని కాల్నిలుపలేఁడన నక్కట బయ్యానల్ పరా
యణులు పలాయనమ్మున నటంచని వాకొననేల? తిక్కధీ
మణి కొని తెచ్చెఁ దాఁ దన కుమారికి రాజ్యరమాసపత్నిగన్.

ఏ మహాకవితాశక్తి కెరఁగె నాంధ్ర
సార్వభౌముఁడై సొగసి దాసోహమనుచు,
నది గలుగ నాతనికి సవతాండ్రపోరు
కొంప లంటించునను కొంకు కొసరు గలదె!

★

భారతనారి హృదయము

[ఓరుగల్లు సింహాసనమును రుద్రమదేవి అధిష్ఠించెను. మొదటినుండియు కాకతీయులచే పలుమాఱు నిర్జితుఁడై తఱి వేచియున్న దేవగిరిరాజు ప్రక్క ప్రక్కల రాజులను ఒకచోటఁ జేర్చెను. వారిని రుద్రమదేవిపై పురికొల్పుటకై యిట్లుపన్యసించెను.]

ఆఁడుదటే! భుజాబలసమాపిత క్షాత్రవ గోత్ర పక్షతి
క్రీడ మహేంద్రులన్ మనలఁ గేల్కొదలించి శిరోఽనుకంపన
వ్రీడ వసంతమార్చునటె! వీఱిఁడిమీసము, తెల్లమబ్బుతో
నీడగు రాచవేస మివియేమిటికో! మనజన్మ కాల్పనో?

ఒక యాఁడుదానికి నుద్దండ భుజదండ
 కరయుగమ్మును మోడ్చుకర్మ మేమి?
ఒక లతాలలితాంగి కున్మత్త మత్తేభ
 రాజ భయంకర ప్రతిభ యేమి?
ఒక యబలకు విస్మితోద్భ్రాంత బలభేది
 వజ్రహస్తులు బందెపడుట యేమి?
ఒక ముద్దరాలికి నుద్యోగఫలిత కుం
 తల శిరస్కులు వంగి పలుకు టేమి?

కటకటా! కూటదుర్విధి చటులజలధి
క్షాత్రవాహిని మాధురి సమసిపోయె!

బాలకులు పొంగి పంపరపనసడిప్ప
లూనునటు లీ కిరీటముల్ పూననేల ?

నడుముల్ కట్టుఁడు రాచబిడ్డలయినన్ ఖడ్గమ్ము మీ చేతులం
బడుటన్ కోఱలుదీసినట్టి ఫణులై, ప్రాణంబులం బూనుటల్
కడ కీ రాసతి యాహితుండికలయాజ్ఞా పద్ధతిన్ నృత్యమున్
నడుపన్ మాత్రమెయైనదుస్థితి కనన్ రాకుండుతన్ లిప్తయున్."

ఈరీతి నుపన్యాసము
ధారావాహికము గాఁగఁ దత్రత్య ధరా
దారుల దేవగిరి ప్రభు
దారిం బరుగిడెడి మనసు తత్తరపెట్టెన్.

'తొంగలిఱెప్పలం' డొలఁగఁ ద్రోచెడి రోచి రుదారవిక్రమా
భంగ తరంగ సంహతులఁ బ్రబ్బిన గర్జితఘోషమైన మా
తంగ తురంగ పత్తి రథ దడ్డడ దడ్డడ రావమున్ వడిన్
లొంగిన తీవ్రపాదములలో మెఱసెన్ పగపాడి క్షాత్రమై.

*　　　　*　　　　*

పౌదుగఱచెను, శివశక్తి యయ్యొ నాపె ;
జలజలని రాలె చరవచోఽఙ్కురము లెల్ల
మెదడులో వేగి కన్నుల తుదలనుండి
విస్ఫులింగములై యాజ్ఞ పేరితోడ.

రుద్రమదేవి రౌద్రిత విలోచనముల్ ప్రళయాబ్ధిఁ జేసె ని
ర్నిద్ర జయాహా వాహినుల, నిర్గత బాడబ కాలజిహ్వ కల్
మాద్రిఁబతాకముల్ నెగసి మాటికరాతుల స్నేహమందుఁ గాం
శౌద్రుతి సూపు రూపున జేగాజిగి నూఁగెన ఏమి చిత్రమో!

ఎదిరిన యాత్మసైన్యము కృశించి కలంగి నలంగి బ్రుంగుడున్
కదనము వాసి దేవగిరి కాంతుఁడు పిక్కబలంబు సూప వె
న్నుఁడగిలి పట్టితెచ్చెను తెనుంగు భటావలి; రుద్రమాంబికా
పద సవిధమ్మునన్ శిరమువంచెను, బీరముడించె నాతఁడున్.

ఇసుక వేసిన రాలని యెల్ల సభయు
సూది పడినను ధ్వనియించు చూదిరయ్యొ,
ప్రజ విలోకము రుద్రమాంబా ముఖాబ్జ
వైరిఫాలాంత రాందోళనా రతమ్ము.

“భారత నారీ హృదయము
కోరకమునకన్న మృదువు, కొంకిరి విధికిన్
దారుణ నిర్ఘాతమ్మును
నేరనిగతిఁ గఠిన తీవ్ర నిష్ఠురము సుమా!

అనెడు చిఱునవ్వు వెన్నెలలందు రాజ్ఞి
కరుణ సుధ చింది ప్రాణము గడవఁబడిన

రాజు తామసమడఁగె, నిర్భరపు విస్మ
యమున నుక్కిరిబిక్కిరి యయ్యెఁ బ్రజయు.

ఏనాఁటి యోగమో యింత తప్పటఁజేసి
యే దేవతయొ పుట్టినేమొ యిట్లు!
జన్మజన్మములలో సలిపిన మన నోము
లెల్ల పండెనో యీమె యుల్లమందు!
కారుణ్య రసమెల్ల సారెసారెకు వడ
గట్టి మేదించెనో యిట్టు స్రష్ట!
మన రత్న గర్భ కానని కాన్పుగాఁ గన్న
ప్రేమ మాణిక్యమో యేమొ యీమె!

అనుచు నోరుగంటి పౌర జిహ్వాంగణముల
నూతనశ్రుతులను రాజ్ఞి నూపురమ్ము
మధుర మధురమ్ముగా మ్రోసె, మధురసమ్ము
చిమ్ముకొనివచ్చెఁ గవుల గంటమ్ములందు!

ప్రతాపరుద్ర

పలుకులో మేలినడకలో మెలపులోన
సకలజనము త్రిలింగ లక్షణముకొ అకు
ఃజ్జుసాచి పట్టువడక యలమటించె
నీ ప్రతిభ కంజలింతుఁ బ్రతాపరుద్ర!

కట్టడవి గుట్టగమి మన్కిపట్టులైన
కాకములు ఘూకములు వీఁక వాకొను కత
పట్టుఁబట చుట్టుపట్టుల పట్టుమహిమ
లశ్రువుల దారకుల మన్ను టలర నీవు!

పాండ్యముఖ దాక్షిణాత్యులు బ్రతికిపోయి
రొక్క మూడక్కరమ్ముల నుచ్చరించి;
సతుల మంగళసూత్రంపు జలువయొక్క!
నీదు దాక్షిణ్య సాచివ్య నీతియొక్క!

తీయని చల్లని తోయము
పాయక దయసేయు రేవ పరితాపమునన్
మీయెల్ల నశ్రుతతియై
కోయని యార్చె మనసైనికులు దాఁటి చనన్!

నీ యనికిని నడచిన నేల నుదీచి
వెల్లువలుగట్టి నెత్తురు లెల్ల నొకటఁ
బాఱి భాగీరథికి నీదు వేరపురుచి
చూపెనఁట! అయ్యదియె నేఁటికోణమేమొ!

కవులరసనాంచలాల జేగా మెఱుంగు
రంగు లీనెడు నీదు శౌర్య ప్రపంచ
మబ్బురముగ సృజించుకొన్నది విధాత్రు
రాణి కలవాణి వీణావిలాసపాణి.

కోరమీసములోనఁ గోటీరరుచిలోన
అసలార గాఱు పౌరుషపుమిసిమి,
గరిడిచేతులలోనఁ గత్తివాదరలోన
మెఱుఁగార దేఱు క్రొమ్మెలపుసులువు,
మోముదామరలోన గోముపల్కులలోన
పొంగార మీఱు నబ్బురపుదీపి,
మొలకనవ్వులలోనఁ దళుకు చూపులలోన
నిండారఁ బాఱు నఖండకరుణ,
తలఁచి తలఁచి తనువు పులకలై, మునుకలై
తోన వర్తమాన దీనతాబ్ధి,
బొట్లుగట్టు జలము ముఖనాసికాపీత
మాంధ్రజాతికనుల నకట! నేఁడు.

విద్యానాథుని పుణ్యమాయని భవద్విఖ్యాత జైత్రప్రయా
ణాద్యామేయ చరిత్రముల్ తెలిసి నీయాంధ్రప్రజల్ నేఁడు నూ
హాద్యాయాన విహారులై తుదకు సద్యస్కాల దౌర్భాగ్యమున్
హృద్యంత్రంబునఁ బిండి కన్గొలుకులం దేటింత్రు తప్తాస్రువుల్.

*   *   *

కఱితాచుపగ నేచు కడు నీచుతన మాచు
        కొనిన దేవగిరీంద్రు కొలముపోరుపు,
తలగొట్టి చెఱఁబెట్టి కలపట్టు లెడఁగొట్టి
        పఱిచిన జైనుల పలుకువాఁడి,
తమలోని పనిలేని తలలేని పగపూని
        కలఁ జేడ్పడిన కమ్మ వెలమ పొందు,
తలమాఱి కలజాఱి చలమాఱి పొలమాఱి
        తిరిగిపోయిన మా యదృష్టరేఖ,
కలగొని పరాజితాలూఫ్ఖాను రూప
మందెఁ గాదేని యొరుగంటియందు నడుగు
పడెనె నాల్గుపోరుల? నిన్నుఁ బట్టికొనఁగ
గుండె లెక్కడ నున్నవి యొండొకనికి?

చివరినెత్తుటిచుక్క నోడ్చిన తెనుంగు
భటులకు ఫలంబు తమరాజు బందెఁబడిన
అంపపుంగోఁత యిడిన యా స్రష్ట వడఁకి
పోయెనటె! వారు దివికింగుంపులుగఁ జేర.

ఏ మిటఁబెట్టిపుట్టితిమ యేనియు మాలికఫూర్ తృతీ
యామితదండయాత్రకు సమాప్తముల య్యెడిఁబూర్వదుస్థితుల్;
భూమకరంబు దంచుగును మూటలుగట్టి తురుష్కులిప్ప యే
లా మఱి సాఁగకుండును దిగంతము లంటఁగ మంట నాలుకల్?

ఓరుగల్లు పతనము

[ఓరుగల్లు పతనమునకు ప్రతాపరుద్రుని మితిమీరిన వీరశైవమతాభిమానమున జైనులను హింసించుట ప్రధానకారణము. చనిపోయిన జైనులు చనిపోఁగా మిగిలినవారు ఇట్లనుకొనిరి.]

"ఏనాఁడో గద మా ప్రపూర్వు లెవరో యేతెంచి రిచ్చోటికిన్!
భూనాథుం డెవఁడేని ఇట్టి దురితంబుం గట్టెనో వింటిమే?
మా నిర్వ్యాజ కృపా విపాకముగ సంపాదించె విద్యల్ 'తెలం
గాణం' బంతయు; తిన్నయింటికిని లగ్గా వాసముల్ లెక్కడన్?

తనమతమే సమస్త జనతాపరితాప నివారకంబటం
చును బరు లేది చెప్పినను సూనృత మెంచకపోవుఁగాక, యీ
మనుజులు చేయఁగాని నరమారణహోమము—కన్నబిడ్డలం
దనకయి తాను చంపు టిది తప్పఁపించదు భూమిజానికిన్!

నచ్చకయున్నఁ దానిటు మనస్సును ద్రిప్పకయుండుఁగాక, మే
మిచ్చకొలంది నేమతము నేని గ్రహింపఁగ 'హక్కు' లేదొకో?
పచ్చిబలంబులోనఁ గనుపట్టదొ ధర్మము? శాస్త్రవే ఋటుల్
రిచ్చిన 'వ్యక్తిహక్కులు' హరింపకపోవునె కప్పురంబటుల్?

రాజులటన్న రాజులె తరాజులుగాక నిజాధికార దు
ర్వ్యాజమునం బ్రజాళిహృదయంబున నాఱనిచిచ్చుఁబెట్టువా,

రీ జడుఁ డేమి కట్టుకొను? ఇంతకు నిందుకు నందుకుం జెడన్
యోజనగల్గితే! కుడుపకుండునె దారుణహింస యిమ్మడిన్?

ఎంతకు లేరు బ్రాహ్మణులిసీ! దయయన్నది యేడువాడలం
దెంతగఁ బట్టిచూచిన నొకింతయు లే దిఁక వేదపన్నపున్
సంతలఁ బచ్చిమాంసము ననారతముం గయిసేయుచుండి రీ
వంతున నెంతకాలమిటు పంతము చెల్లును? మూఁడెఁ గాలమున్,

ఎట్టిటు? జైనులన్నఁ బురినెక్కడ గ్రుక్కెడు పచ్చిగంగయున్
పుట్టఁగ నీయరాదఁట! శివుం డగిద్దమ్ములఁ బూనెనం టహో!
చెట్టులమంట మేము! మము జీవముతోడుత నుండనీరఁ టీ
కట్టిడు లెంతకాలమిటు గట్టిగఁ బట్టము గట్టుకొందురో!

ఏ వేదము పేరున వా
రీవిధిని నృశంసవృత్తి కేర్పడినారో
ఆ వేద మూరు పేరులు
వోవంగ ననాదరంబు పొందెడుఁగాతన్.

వాద కేదారమున గెల్పు పంట లేక
ఆశ్రయించిరి మాంత్రిక యంత్రములను
బ్రాహ్మణులు; కీలుబొమ్మలై వఱలు మంత్ర
గాండ్రకగుఁగాక నిత్య భైక్షంబు వృత్తి!

చెప్పువారలు చెప్పినఁ జెవుల గోరఁ
బెట్టుకొని వినువాని వివేక మేమి
తగులఁబడ్డది? మరల నిశాంతపాండి
తీధురీణుఁడు కాఁబోలు భూధవుండు?

తాను ప్రతాపరుద్రుఁడఁట! రాష్ట్రము నెల్ల లయింపఁజేయు టే
పూనికయఁట! జైనులను ముట్టఁగ డుల్పినచోఁ గృతంబెయం
టూ నిడువాలుగన్నుల నొకంతకు జైనుఁడటంచు నుండఁగా
మానదఁ టగ్నివర్ష, మొకమాత్రముకొంకును లేదు పల్కఁగన్!

తన కనుఁగవ నిప్పుకలును,
చనిపోయిన జైనజనవిచారము, మా తీ
అని కడుపుమంట యొకటై
తొనికించుఁ బ్రతాపరుద్రు దుస్స్నేహంబున్.

తనవిద్యవోలె రాజ్య
మును ముక్కలు చెక్కలగుత! పురిజైనుల క
న్గొన నురలిన ప్రతి యశ్రువు
నను దురకలబలము నర్తనము సల్పెడుతన్?"

కాలము చేరువై ధరణికాంతుఁడు పన్నిన యుచ్చులందుఁ బ్రా
ణాలు బలీయఁగా మిగిలినా రిఁక వ్రేళ్ళను లెక్కపెట్టఁగాఁ

www.ingramcontent.com/pod-product-compliance
Lightning Source LLC
LaVergne TN
LVHW021427240825
819400LV00048B/1059
* 9 7 8 1 0 2 1 5 1 5 0 5 6 *